நாடக மேடை

சுதா (எ)
வெங்கடசுப்ரமணியன்

Copyright © Sudha (a) Venkatasubramanian
All Rights Reserved.

வார்த்தைகள் உன்னுடன் விளையாட வந்ததில்லை,

வாழ்கையால் வழிகாட்டவும் நீ மறந்ததில்லை...

உணர்ச்சிகளை நீ விட்டுக் கொடுத்ததில்லை,

உழைத்திடவும் ஒருநாளும் மறுத்ததில்லை....

உன்னிடம் பேசியது குறைவு, பகிர்ந்தவை அதிகம்...

உரைத்தது குறைவு, உணர்ந்தவை அதிகம்...

அப்பா, எனது கதையின் முதல் நாயகன் நீ!

நான் சிரம் தாழ்த்தி வணங்கும் ஒரு சிறந்த தலைவன் நீ!

எனது எண்ணங்கள் நகரும் வரையில்,

அதில் நினைவுகள் நீராடும் வரையில்,

உனக்கு அடையாளமாக வாழவே விழைவேன் !!

பொருளடக்கம்

பொருளடக்கம்

அணிந்துரை

"நாடக மேடை"

ஒரு வாசகனாய்

கவிதை நூலுக்கு அணிந்துரை எழுதுவது எனில் கவிஞர்கள் எழுதுவதே பொருத்தம். இருந்தாலும் **வி. வெங்கடசுப்ரம-ணியன்** கவிதை நூலுக்கு நான் ஏன் அழைக்கப்பட்டேன் என்பது எனக்கு வியப்புதான். வாசகர்களை சென்றடைவதே படைப்பின் நோக்கம் என்பதால் இருக்கலாம்.

அதுவே நோக்கம் எனில் வெங்கட சுப்ரமணியத்திற்கு எனது "பெரு விரல் உயர்த்தி" பாராட்டுக்கள்.

எனக்கு இந்த நூலின் மென்பொருள் வடிவம் கிடைக்கப் பெற்று பல நாட்கள் திறந்து பார்க்கவில்லை. கவிதைகளை வாசிப்பது ஒரு அனுபவம். அதற்கான மன நிலை வேண்-டுமென்று தள்ளிப் போட்டேன். பிறகு மானசீக உறுத்த-லில்தான் கையில் எடுத்தேன். வாசித்த பிறகுதான் புரிந்-தது. கவிதை வாசிக்க மன நிலை வேண்டாம். கவிதையே மனசைத் தகவமைத்து தன்னை வாசிக்கச் செய்யும் என்பது. சுகமான மன நிலையோடு அணிந்துரை எழுத அமர்ந்தேன்.

"நாடக மேடை" என்பது நூலின் தலைப்பு. உலகை பார்-வையயாளராக இருந்து பார்த்து, ஆய்ந்து, வெகுண்டு, ரசித்து, மகிழ்ந்து எழுதியிருக்கிறார்.

39 கவிதைகளை உள்ளடக்கிய நூல். அம்மா, தமிழ், அதிகாலை, மழை, அருவி, கடல், வானம், கதிரவன், நெருப்பு என ஆழ்ந்த ரசனையோடும், கற்பனை வளத்தோடும் தாயை, தமிழை, இயற்கையைக் கொண்டாடி இருக்கிறார். நெகிழ்வு, மகிழ்வோடும் மட்டும் அவர் கையாண்டுள்ள கருப்பொருள்கள் சுருங்கி நிற்கவில்லை. அறிவார்ந்த தளத்திலும் சிறகடித்துள்ளார். எழுத்தின் இலக்கு, ஆசிரிய இலக்கணம், பாரதி, விவேகானந்தர் என அவரின் பகிர்வுகள் விரிந்த வானத்தில் பறக்கிறார். நம்மையும் அண்ணாந்து பார்க்க வைக்கிறார்.

கவிஞனின் வயதைக் கொண்டு படைப்பை மதிப்பிடக் கூடாது. இருந்தாலும் வெங்கடசுப்ரமணியனை அறிந்தவன் என்ற முறையில் இளைய சமுதாயம் பல் மடித் தாண்டலாக கடந்து முன்னேறுவதை உணர முடிகிறது. அவரின் கற்பனை வளத்தை இந்த நூல் முழுக்க காண முடிகிறது.

'தமிழ் காதல்' கவிதையில்,
 "பகலில் பிறை நிலா கண்டேன்
 இரவில் வானவில் கண்டேன்
 விண்ணில் பூனை பறக்க கண்டேன்"

'அதிகாலைப் பொழுது' கவிதையில்,
 "செங்கதிர் சூரியன்
 கரங்களை நீட்ட
 அடைக்கலம் புகுந்தது
 இரவின் நிழல்"

'நீலத் திரைக் கடல்' கவிதையில்,

"நினது கால்கள் ஓயுதில்லையோ"

இப்படி நிறைய வரிகள் நெஞ்சில் நிற்கின்றன.

கடல். முதன் முதலில் நான் 20 வயதில்தான் 1983 ல் பார்த்தேன். அது வரை கடலைப் பார்த்ததில்லை. அந்த கணத்தின் உணர்வை, "கண்களின் ஒளி நீளும் எல்லை வரை உன்னில் நீர் மட்டுமே காண்கிறேன்" என்று கண்களால் மறு கரை தேடிய அனுபவத்தை எளிய வார்த்தைகளில் அவர் பிரதிபலித்திருந்ததால் சிலிர்த்துப் போனேன்.

'எழுத்தாணி' கவிதையில் "புதுமைகள் நான் படைக்க உதிரம் நீ சொரிந்தாய்" என்ற வரிகள் கவிஞனின் ஈடுபாட்டிற்கு சான்று.

'ஆசிரியர்' கவிதையில்

"விசித்திர விளக்குகளாய்

பரந்த வான் வெளியில்

பளிச்சிடும் விண்மீன்கள்

அவற்றின் மின்னொளியை

பிரகாசமாய் மெருகேற்றும்

காரிருள் வானம்"

என்ற வார்த்தைகளுக்குள் ஆயிரம் அர்த்தங்கள். ஏற்றத் தாழ்வுமிக்க சமுகத்தில் வெவ்வேறு தட்டு மாணவர்களை ஓர் ஆசிரியர் தன்னைக் கரைத்து கல்வியின் பால் ஈர்த்து மிளிரச் செய்யும் கடப்பாட்டை மிக அருமையாகப் பதிவு செய்கிறார்.

கவிஞனுக்கு ஆளுமை அவசியம். அந்த நம்பிக்கை 'கவி-
ஞனை அறிவாயோ' கவிதையில் அழுத்தமாக வெளிப்படு-
கிறது.

"காற்றும் கவிபாடும்
கவிஞனின் கவித்துவத்தில்
மழையும் மண்டியிடும்
கவிஞனின் கண்ணீரில்"

மதம் கடந்த மனிதம் இவரின் கவிதைகளில் மலர்கிறது.
ஆகையால் இவருக்கு பாரதியை, விவேகானந்தரைப் பிடிக்-
கிறது.

'சமூக விடிவெள்ளி விவேகானந்தர்' என்ற கவிதை.

"மாந்தர் யாரிடமும்
தெய்வீகம் கண்டறியும்
உயர் பண்பு விதைத்தவர்
மதத்தைக் கொண்டு
மனிதம் கொண்டாடும்
மார்க்கம் உரைத்தவர்"
இன்று இந்தியாவிற்கு தேவை இந்த சிந்தனை.

"எமக்குத் தொழில் நாட்டுக்கு உழைத்தல்" என்ற கவிதை-
யில் ரௌத்ரம் பழகியிருக்கிறார். காணி நிலம் வேண்டு-
மென்று கேட்ட பாரதியின் வரிகளைக் குறிப்பிட்டு இன்று
நிலம் அபகரிக்கப்படுவதை கோபத்தோடு சாடுகிறார்.

எள்ளல்களுக்கும் குறை வைக்கவில்லை. பீதியூட்டும் கணக்கு பாடம், வயிற்று வலி தூதுவர் ஏய்ப்பம், அருவித் திவலைகளின் கூட்டுத் தற்கொலை என்று நகைச் சுவை இழையோடுகிறது.

தமிழை, அன்னையை, பாலின நிகர் நிலையை கொண்டா-டுகிறது இவரது கவிதைகள்.

'இயற்கை நாடகம்' கவிதையை பரவசத்தோடு எழுதியுள்-ளார். ஆதவன் பாண்டிய மன்னனாக, மேகங்கள் கண்ணகி-யாய், சிதறும் காற் சிலம்பின் பரல்கள் மழைத் துளிகளாய்.... அருமை.

வெங்கடசுப்ரமணியன்! இது உங்களின் இரண்டாவது கவி-தைத் தொகுப்பு எனக் கருதுகிறேன். நீங்கள் புதிய உயரங்-களை எட்டியுள்ளீர்கள். வாசகர்களையும் உங்கள் சிறக-சைவின் மெல்லிய இசையோடும், காற்றோடும் இணைத்து அழைத்துச் செல்கிறீர்கள்.
இன்னும் இன்னும் உயர உயர பறக்க வாழ்த்துகிறேன்.

க.சுவாமிநாதன்
துணைத் தலைவர்,
தென் மண்டல இன்சூரன்ஸ் ஊழியர் கூட்டமைப்பு,
சென்னை.

நன்றி

- ஈன்றது முதல் இன்னாள் வரை ஒளிவிளக்காய் வழி காட்டும் **அம்மாவிற்கு**...
- என் கரங்கள் ஓயும் பொழுதெல்லாம் துடுப்பைத் தானேற்று உடன் நிற்கும் அன்பு **தம்பிக்கு**...
- கேடில் விழுச்செல்வமாம் கல்வியை கற்றனைத்திற்கும் மேலாக ஊற்றி மகிழும் முதுகலை ஆசிரியை **திருமதி. சத்தியப்ரியா** அவர்களுக்கு...
- கூடிய பொழுதெல்லாம் உளமாற ஊக்கமளித்து வாழ்த்தும் கவிஞர், மேடை பேச்சாளர் **கோவை மீ. உமாமகேஸ்வரி** அவர்களுக்கு...
- நிரந்தினிது சொல்லுதலென என் முதல் நூலிற்கு வாழ்த்துரையும் இந்நூலிற்கு அணிந்துரையும் வழங்கிப் பேருக்கம் அளித்த தென் மண்டல இன்சூரன்ஸ் ஊழியர் கூட்டமைப்பின் துணைத் தலைவர், **க. சுவாமிநாதன்** அவர்களுக்கு...
- நவில்தொறும் நூல்நயம் போலும் பயில்தொறும் நயம் வார்த்து, அன்றாடம் உடன்நின்று அந்தியும் ஆழியும் அணிதமிழும் இரசித்த அன்புத் தோழன் **ஸ்ரீராம் திருமாலழகன்** அவர்களுக்கு...
- இந்நூலின் ஆக்கத்தில் என் நம்பற்குரிய ஊன்றுகோலாய் இருந்த **NotionPress** நிறுவனத்திற்கு...

விதை விழுதாகும் வரை – எனது முதல் கவிதைத் தொகுப்பை வாசித்த, பிடித்த வரிகளைப் பாராட்டிய, திறன் வளர்க்க அறவுரை கூறிய, பிழைகளைப் பொறுத்து என் தமிழை சீராட்டிய ஒவ்வொரு வாசகர்க்கும்...

நன்றி

முன்னுரை

இயற்கை, கண்ணெதிரே உள்ள ஒரு பொது உடைமைப் பொக்கிஷம். பூமியின் ஒவ்வொரு அங்குலமும் உயிர்களுக்கு பரிசாகக் கொடுக்கப்பட்ட ஒரு உல்லாசப் புதையல். அணுகும் வாய்ப்பு அனைவருக்கும் இருந்தும் அதை உணர்ந்து அனுபவிப்பது கவிஞர் வைரமுத்துவின் மழைக்குருவி போல வெகுசிலர் மட்டுமே.

இயற்கையுடன் செலவிடாத சில தினங்களை எண்ணி நானும் பலமுறை மனம் வருந்தியதுண்டு. இன்றளவில் தொழில் நுட்பத்தின் உபயத்தால் உலகின் பல்வேறு பகுதிகளில் நடக்கும் விந்தைகளையும் கையளவில் காண முடிகிறது உண்மை தான். அதனைக் காண்பதற்கும் இரசிப்பதற்கும் உணர்வதற்கும் பல வேறுபாடுகள் உள்ளன என்பதும் நிராகரிக்க முடியாத உண்மை.

இயர்கையும் நூலகத்தைப் போல தான். நாளுக்கு நாள் வாசகர் எண்ணிக்கை குறைந்த படியே உள்ளது. பெறும்பாலும் இவ்விரண்டில் ஒன்றை வாசிப்போர் மற்றொன்றிர்க்கும் இரசிகராகத்தான் இருப்பர் என்னும் நம்பிக்கையுடன், இயற்கை எனக்காக இட்ட மேடை நாடகங்களைத் தொகுத்து பாரதியின் தமிழடிகளை வணங்கி தமிழில் புதுக்கவிதைகளாக வழங்கும் முயற்சியில்...

சுதா (எ) வெங்கடசுப்ரமணியன்

1. தாயே! தமிழே!

எனை ஈன்ற தாயே,
எனைக் காப்பதும் நீயே,
என் னுடன்நின்று என்றும்
வெற்றிகள் பல அருள்வாயே !

எனை ஈர்த்த தமிழே,
ஞானம் தருவது நீயே,
ஞாலம் புலப்படுத்தி எமது
ஆற்றலைத் தீயென வளர்ப்பாயே !!

தமிழ்த்தாயின் சரணங்கள் பற்றி - அவள்
அமிழ்தை அகிலமறியப் போற்றும் - இளஞ்
சேயாக வாழ்வேனே - என்றென்றுமென்
சிரம் தாழ்த்திப் பணிவேனே !!

2. தமிழ் காதல்

பகலில் பிறைநிலா கண்டேன்
இரவில் வானவில் கண்டேன்
விண்ணில் பூனை பறக்கக் கண்டேன்
கண்ணில் காட்சிப் பிழையென்றெண்ணிக்
கண்ணாடி தேடினேன் !

நன்னும் காதலை உணர்ந்தேன் - உன்
கண்ணிலே என்னைக் கண்டதும்
காதல் மொழிகளைக் கேட்டதும் !

என்னுள்ளும் தமிழமுது
குடிகொண்டு தவழ்வதால்
எனக்கும் கற்பனை உள்ளதென்ற
உண்மையும் பின் உணர்ந்தேன் !

தோள்சாயத் தோழரல்லாது
தனியாகத் தவித்தயெனக்கு
துணை நிற்கும் தமிழே,

மனமிசைக்கும் கானங்கள்
கணப்பொழுதும் மிளிரிடக்
கருவியாய் விளங்கும் கவியே,

நும்பால் நானுற்ற காதலைக்
கவியாக வடிக்கிறேன்...
நனிதமிழே,
அவனியறிய உனையேற்றி வணங்கும்
காதல் கவிஞனாக நானிருக்கிறேன்.

3. பொங்கல் வாழ்த்து

பொங்கல் வைப்போம்,
இனிய மனங்களில்
இன்பத்தைப் பொங்க வைப்போம்.

நற்றாய் நிலத்தை
பண்பெடுத்துப் பானை ஆக்கி
நேசித்து நெகிழ வைப்போம்.

கிழமைகள் பலகடந்தும்
பழமைகள் நமையாளும்
சிறுமையை அனல் வைப்போம்.

உணவளித்த பூமிக்கு
உணர்வுரைக்க மஞ்சளரைத்து
தனியொரு நாளெடுப்போம்.

உடன் நின்ற காளைக்கும்
உறுதியளிக்க உல்லாசமாய்
உடலெங்கும் புதுவர்ணம் வைப்போம்.

கந்தலான கதரணிந்து
காலவேளை பாராது
உழுதுழைத்த உழவருடன்
கோடி உடுத்தி குறுநகை விதைப்போம்.

எழுசீருள் பொருளடக்கி
எழுச்சிக்குக் குரல் கொடுத்த
வள்ளுவனையும் மனம் வைப்போம்.

குறள் கூறும் முறை நடந்து
பின்வரும் சந்ததிக்கும்
திருவுடை இடம் வைப்போம்.

4. புத்தாண்டு

மாதங்கள் மாறவில்லை,
வாரங்கள் விரியவில்லை,
கிழமைகள் கரையவில்லை,
வருடம் மட்டும் புதுப்பெயரில்..

நாட்களில் மாற்ற மின்றியும்
நேரம் நேற்றைய தல்ல...
நாளையே சிகரம் மிளிராது - ஆனால்
நகரும் காலமும் மீளாது...

நகையுடன் சித்திரை இமை திறக்குது,
நடையை தொடர நம்பிக்கை கேட்குது..
சித்திரம் புதியது சிந்தையில் பறக்குது,
செந்தமிழ் புத்தாண்டு வாழ்த்திச் சிரிக்குது...

5. அதிகாலைப் பொழுது

செங்கதிர் சூரியன்
கரங்களை நீட்ட,
அடைக்கலம் புகுந்தது
இரவின் நிழல்.

இரவிற்கு பயந்து
பதுங்கி நின்ற என்றன் நிழலோ
அனாயாசமாக நீண்டது
ஆதவனின் துணையில்.

கரும்போர்வை கழற்றி
நீலக்கரங்கள் அகற்றி
சேவற்குரலில் சோம்பல் முறித்து
இரவெனும் இமை விரித்து
செவ்விழி திறக்கிறான் வானழகன்.

கதிர் உமிழ்ந்து
உறக்கம் கலைந்து
உயரத் திரிந்து
உழைக்கும் ஆதவனே தலையாகிறான்.

6. இயற்கையின் இன்னிசை

காலை வேளையின் கதகதப்பில்
காக்கைக் குயிலின் சங்கீதத்தில்
சந்திர சூரியரின் சந்திப்பில்
தாமரை மொட்டு அவிழும் தறுவாயில்
தென்னங்கீற்றின் சிணுங்கலுக்கிடையே
தலைநிமிர்த்தி விழிக்கும் பைங்கிளி காணீர்...

நீலவானில் ஆதவன் நீள
நீர்நிலைகளின் நடனங்கள் சூழ
தேரைகளின் தோரணை ஒலிக்க
கரையோரம் கூழாங்கல் ஒதுங்க
நன்மக்கள் நுரைதழுவி நடைபுரிய
நளினமாய் அலைகடல் ஆடுங்களி காணீர்...

மாலை நேரம் நெருங்க
மணலைக் கரைதள்ளி நீராற
புட்களெல்லாம் இரைதேடிக் கூடேற
புல்வெளிகள் காற்றலைகளுக்கு ஏங்கிநிற்க
பரவலாய் மக்கள் வீடுதிரும்ப
நடுநிலை மாறாது நிற்கும் வான்வெளி காணீர்...

ஒளி மறைந்து இருள்ஆள
நிலவுநாடி அலைகள் பாய
நிலைதேடி மிருகங்கள் நகர
மனதைக் களவுகொள்ளும் நறுவளி காணீர்...
இன்னிசையாகச் சிந்தையள்ளும்
இயற்கையின் அருந்துளி காணீர்..!

7. புதுக் கோணங்கி

புத்தாண்டு பிறக்குது ;
புதுவிடியல் பிறக்குது ;
புழுங்கிக் கிடந்த துக்கமெல்லாம்
புதுயுகத்தில் விடியுது !

பலவண்ணப் பூவிதழ்கள்
ஒருமலராய் புணருது,
அதை ஏந்தப் பெருமிதமாய்
கொடியொன்னும் படருது...

வெண்ணிதழ் சமத்துவமாம்
கருவண்ணம் தைரியமாம்
தியாகத்திற்கு செவ்விதழாம்
ஒவ்வொன்றாய் சேருது.

பெண்மைக்கு ஊதாவாம்
பெருமைக்குக் கருநீலம்
இளஞ்சிவப்பில் மையம் நிற்கும்
அன்புதனை அணைக்குது.

கடந்த வரைக்கும் வேராகும் ;
கிடைத்த வரைக்கும் உரமாகும்.
அடுத்து நம்மில் மலர்கள் மலர
உயர பறந்து மதியளப்போம்..!
ஞாயிறாக நாம் உதிப்போம்.!!

8. பாரதியாம் கவிரதன்

எட்டையபுரத்தில்
இரட்டைபிறவிகள்,
ஒன்று பாரதி ; மற்றொன்று
புதுக்கவிதை - செவ்வனே சொன்னார்
புதுக் கவிஞர்...

தித்திக்கும் தெள்ளமுதாக
தமிழ்மகள் ஈன்ற
தவப்புதல்வன்.

பார் அதிபயங்கர சூழல் சூடியபொழுது
பா ரதி படைக்கப் பிறந்தவன்.
பால பருவத்திலே
'பாரதி' எனப் பட்டம் ஏற்றவன்.

அன்பும் ஆன்மீகமும்
அனைவரிடமும் பகிர்ந்தவன்.
அந்தணன் அறவோனென்ப
வாழ்ந்து காட்டிய புலவோன்.

மாந்தர்தாம் மெய்யுணரும்
மார்கந்தான் யாதெனினும்
பேதமில்லை மனிதருள்ளே
எனமுழங்கித் திரிந்தவன்.

பழமையாம் இருளினுள்
பாரதம் புழங்கிய வேளையில்
புதுமை எனும் ஒளிகாட்டிய
சாரதியான கதிரவன்.

பரசிவ வெள்ளமாய்
பக்தியைப் பொழிந்தவன்.
காளிமா தேவியிடம்
வரம்பெற்று வந்தவன்.

நிவேதிதை சொல்லருளால்
பெண்ணருமை அறிந்தவன்..
"போற்றி தாய்" என்று
தோள்கொட்டிப் நடந்தவன்..

பரிதியாய் பாரெங்கும் - அவன்
பாவொளி பரவ
குருதியாய் நமதுள்ளே அவன்
சொற்சிந்துப் பாய
உறுதியாய் அவன் கொடுத்தநல்
நியதிகள் பிடித்து
சுறுசுறுப்பாய் சூழலிற் படர்ந்த
அநீதிகள் துடைப்போம் !
பாமரரும் அறியப்
புதுமறைகள் படைப்போம் !!

9. சமூக விடிவெள்ளி - விவேகானந்தர்

நவபாரதம் ஈன்றதொரு நாயகர்,
நானிலம் வென்ற சிங்கஏறவர்!
ஆன்மீக வழியில் ஆண்மை உணர்த்திய
ஆனந்த வடிவான அலையவர்!!

வெண்மன வானில் தவழும்
செந்தழல் கதிரவர்!
வன்மை கொண்ட நெஞ்சம் தழுவும்
செங்கமலக் கலையவர்!!

பார்வையின் நேர்த்தியால்
பாரிதில் கீர்த்தி பெற்ற
பக்குவப் பேரொளியவர்!

குருவரித்த அமுதக்கனியை
அகிலமெலாம் அளந்தளித்த
அதிசயத் திருவுரு அவர்!!

இளைஞரின் எழுச்சிக்காக
எத்திசையும் இடிமுழங்கிய
அதிவீரக் கணையவர்!

அறவழியென ஆன்றோரவர்
உரைவேதம் அமுதமென
எடுத்துரைத்தக் கனியவர்!!

வேதாந்த வாழ்வியலே
ஊழ்அறுக்கும் உயர்திணையாம்
நினைவூட்டும் நிறையவர்!

அச்சம் தவிர்த்து நாம்
உச்சம் அடையும்
அருவழியைக் கணித்தவர்!!

மாந்தர் யாரிடமும்
தெய்வீகம் கண்டறியும்
உயர்பண்பு விதைத்தவர்!

மதத்தைக் கொண்டு
மனிதம் கொண்டாடும்
மார்க்கத்தை உரைத்தவர்!!

மாணவரின் வன்மையும்,
கலங்காத திண்மையுமே
கல்வியின் கருவென்றவர்!

கபடம் துறந்து தன்னலம் மறத்தல்,
கமலமாகக் கருணை பிறத்தல்
கடவுளுக்கிணை குணமென்றவர்!!

அன்புடன் ஆற்றல் வளர்ப்பின்
வெற்றிக்கு விலக்கில்லையென
விடிவெள்ளியாய் நிற்பவர்!

சமத்துவத் தத்துவம் வார்த்து
சாலச் சிறந்த காலம் வென்று
அணையா ஒளியாய் ஒளிர்பவர்,
வீரத்துறவி விவேகானந்தர்!!

10. நவராத்திரிப் பாட்டு

பெண்மை போற்றுமொரு திங்கள் - கை
கொண்டனர் நம் முன்னோர் - அங்கு
பெருமைக்கும் அரங்கேற்றம் - பிற
திறமைக்கும் அரங்கேற்றம் - நம்
எண்ணம் சார்புது நயமும்
தேரேற்றும் நவதினமாம்..

காளிக்கு முத்தினங்கள் - அவள்
வீரச்செறிவினது உரைகல் - பின்
செல்வமகளின் முத்தினங்கள் - அவள்
திருநிறையும் பலமனங்கள் - கடை
மூன்றுதினமும் கலைமகளே - நின்
கருணைக்கு வேண்டுகிறோம் !! (பெண்மை போற்றுமொரு)

நீதிநிறைந்த நற்கதைகள் - இறை
கீர்த்தி போற்றும் பாடல்கள் - சிறு
பிள்ளையுடன் குலவி நின்று
உயர்வு தரும் கருவுரைத்து - புது
கற்பனையும் வளர்த்திடுவோம் - நாம்
கொலுவமைத்து மகிழ்ந்திடுவோம் !! (பெண்மை போற்றுமொரு)

அடுக்கியுள்ள பொம்மைகள்
விழிகட்கு இனியமுதம் ;
மெட்டு கோர்த்த பாடல்கள்
செவிகட்கு சுகம் படைக்கும் ;
இவ்விரண்டும் ஒருங்கிணைய
அறிவிற்கு அரும் அமிழ்தே !! (பெண்மை போற்றுமொரு)

11. ஆணினத்தின் அந்தாதி

என்ன புண்ணியம் செய்தீர்,
மானுட வர்க்கத்துள் மகத்துவமாய் பிறக்க.!?
படைப்பின் திருவழியைப் பிறப்பிலேயே பெற்றிருக்க.!
மாதந்தோறும் வலியை வீழ்த்தும் வலிமை கொண்டிருக்க.!

என்ன புண்ணியம் செய்தீர்,
பிறப்பிலே பெண் என்னும் பட்டம் பெற்றிருக்க..!?
உயிரின் உணர்வை உணர்ச்சியில் கொண்டிருக்க.!
நாளின் கலியைக் குணத்தால் வென்றிருக்க.!

பண்பின் கலம்பகம் – அவள்
இறையின் உலா,
மகிழ்ச்சியின் பிள்ளைத்தமிழ்;
வாழ்வியலின் இன்பத்துப்பால்;
ஆண் இனத்தின் அந்தாதி பெண்...

12. நீலத்திரைக் கடல்தாயே!

நீலத்திரைக் கடல்தாயே,
நினது கால்கள் என்றும்
ஓயுதில்லையோ !!
காலத்திரை கவிழும்வரை
நினது கரைகளுக்கும்
நியதியில்லையோ !!

கவரக் கரை காத்திருக்க
தொட்டுத் திரும்புவதேனோ !
காதலின் மென்மை உரைக்கவே
நுரையைநீ தூதிடுகிறாயோ !!

குறியால் உணர
கரைகள் கவிஞரில்லை,
நின்மணத்தை முகர
மண்ணிலே மோகமில்லை.

இக்கரைக்கு அக்கரை தான் பச்சை,
அலைகுமிழே, உனது அக்கறையில்
என்றும் இல்லை இச்சை.

13. கோடி பெறும் கடற்கரை

அதிகாலை நறுமணம் கமழ
ஆதவனைக் காணோமே !
இளந்தென்றல் இசையமைக்க
ஈரஅலைகளின் இராகங்கள் ;
உப்பினது புரதவாசம் ;
ஊக்கமூட்டும் திரைசப்தம் ;
எண்ணங்கள் அலைபாய
ஏனைய விலங்கினங்களின்
ஐயமில்லா போக்குவரத்து ;
ஒண்டியாக இயற்கையின்
ஓசைக்கிணங்கும் கடற்காட்சி..
ஔவை இதனை உரைக்கவில்லையே பலகோடி பெறுமென்று !!

14. அமுதே! தமிழே!

சலசலசலசல சந்தனக் காற்றே
கலகலகலகல சோலைக் கிளியே
கமகமகமகம செம்பருத்திப் பூவே
தளதளதளவென செப்பும் மொழி யாதோ?

மேனியைச் சிலிர்க்கும் சந்தனக் காற்றே
செவிகளில் சிணுங்கும் சோலைக் கிளியே
நாசிகள் மணக்கும் செம்பருத்திப் பூவே
செப்பித் தவழும் தேனான மொழி யாதோ?

வீரக்கதிர் கணைகள் ஏற்றி
பாறைக்குள் பனித்துளி பதித்த
வான்புறாவின் வர்ணக்கீற்றாம்
வன்மொழியாம் செந்தமிழாம் அஃதோ.!

குமரன் கருத்தில் தரித்து,
தொல் காப்பியர் தொழிலால்,
அகத்திய முனி அருளிய விதையே,
விந்தையே, மரத்தமிழாம் அஃதோ.!

குமரிமலைத் தொடரில் தொடங்கி
லெமூரியாக் காலம் தாண்டி
பஃருளியின் உயிராய் ஓடி
தொன்றுதொட்ட பண்டைத்தமிழாம் அஃதோ.!

வாகீசர் வார்புனல் வாதம்ஏறி
வாகை மலர் மொழியால் சூடி
வேழமாய் பரணியில் எழுந்து
தரணிவென்ற தங்கத்தமிழாம் அஃதோ.!

பத்தும் எட்டுமாய்த் தோரணங்கட்டி
சிங்காரமாய் சிலம்பை அணிந்து
மணி மேகலைபோல் பல மகுடம்சூடி
தவழ்ந்துவரும் தலையாய மொழியாம் அஃதோ.!

பதினென் கீழ்கணக்கால் நல்லறம் செழிக்க
முத்தொள்ளாயிரம் எண்கணக் குரைக்க
தென்மண்டல நாடங்கே தன்
விண்கலங்கள் பதித்ததுவாம் அஃதோ.!

15. கவிஞனை அறிவாயோ !

சூரியனும் சுத்திவரும்
கவிஞனின் காலடியில்...

வெண்ணிலவும் வெட்கப்படும்
கவிஞனின் வர்ணனையில்...

புவியும் ஈர்க்கப்படும்
கவிஞனின் கற்பனையில்...

புயலுக்கும் பயம்வரும்
கவிஞனின் சீற்றத்தில்...

காற்றும் கவிபாடும்
கவிஞனின் கவித்துவத்தில்...

மழையும் மண்டியிடும்
கவிஞனின் கண்ணீரில்...

தோழமையும் தோளேற்கும்
கவிஞனின் தோரணையில்...

உறவுகள் குலவுவதும்
கவிஞனின் உபயத்தில்...

புதுமைக்கு முதற்பிறப்பே
கவிஞனின் ஐம்புலனில்...

காதலுக்கும் காதல்வரும்
கவிஞனை கடந்து செல்கையில்...

அமரத்துவம் தானேற்று
அருங்கருத்தை பிரகடனப்படுத்தி
கவித்துவத்தின் கருவொளியாய்
அறம்வளர்க்கும் கவிஞனைகாண்.

16. கவிரதன் காட்சி

சமத்துவம் எடுத்துரைக்கும்
வெள்ளைத் தலைப்பாகை..
சதாசர்வ காலமும் பாடி
தெள்ளறிவால் சூடிய வாகை..
திலகமது வெற்றிக்கு ஊக்கம்.,
உலவுவது முகத்திலே ஆற்றலின் ஆக்கம்..
கண்ணிலே ஞானவொளி மிளிர
வீரத்திடம் பொருந்திய பார்வை..
காண்டிபம் ஒத்தொரு மீசை - அதனடியே
நாவெய்தும் சொற்கவி பாணம்..
ஜெயமெய்தும் எமதுயிர் கவிரதன் - என்னவென்று
உரைக்க அவன் திருவுருவை !!

17. எங்கு நோக்கினும் வெள்ளம்!

என்று தணியும் இந்த மழையின் வேகம் ?
என்று மடியும் இந்த மேகத்தின் மோகம் ?
என்றெமது வினையின் கைவிலங்குகள் போகும் ?
என்றெமது இன்னல்கள் தீர்ந்து பொய்யாகும் ?
அன்றொரு தொழிலை ஆக்கவந் தோனே !
நகரத்தார் வாழ்வினை ஆதரிப் போனே !
வளம்பயக்கும் தவத்துணை நின்னருளன்றோ ?
வெள்ளத்தால் யாம் இன்னும் வாடுதல் நன்றோ ?

மந்தமும் நோயும் நின்மெய் அடியார்க்கோ ?
நீரினது மென்மைகள் வேறினி யார்க்கோ ?
தலையில் தட்டி புரியவைத்தாயோ ?
தாயுந்தன் குழந்தையை தத்தளிக்க விடுவாயோ ?
வளம்சிறக்க அருள்செய்யுங் கடமை யில்லாயோ ?
மாரிய ! நீயும்நின் அறம்மறந் தாயோ ?
பஞ்சமெனும் அரக்கரை வீழ்த்திடு வோனே !
ஈர சிகாமனி ! ஆரியர் கோனே !

18. எமக்குத் தொழில் நாட்டிற் குழைத்தல்

இன்று உனை நினைவுகொள்ள
இதுவும் ஒரு சாக்கு...
உனக்கு நினைவு நாளா ?
நீங்கு மறைந்தாய், பாரதி
நாளொான்று கடைபிடிக்க ?

அது சரி...
உனை மறந்த நாட்டிற்கு
நினைவூட்ட இன்னாளோ !

நீரிடம் இருந்து
நிலத்தினை இரந்து
குளத்தினுள் குடிபுகுந்து
நீரையே குற்றம் சொல்லும்
நன்றி மறந்த சுற்றத்தார்
அந்நியரிடம் இருந்து
நாட்டை மீட்டெடுத்த
உன்னையா நினைவு கொள்வர் !!

கானல் நீர் போல
நினைவில் மட்டும் வந்துபோக
நாட்டங் கொள்ளாது, பாரதி
நீதான் வந்தாயோ ?
கார்த்திகை மழையாக
நீதான் வந்தாயோ ?

அன்று,
பாவுரைத்து பாடம் புகட்டினாய்..
இன்று,
நீரிரைத்து நினைவூட்ட வந்தாயோ ?

காணி நிலம் கேட்டாயே !
காணும் திசை எங்கும் - பலமாடி
கட்டிடங்கள் தோன்றி
குளங்களையும் குட்டைகளையும்
குடித்து விட்டதைக் கண்டு
நிலம் நிறைக்கவும் இன்று
நீதான் வந்தாயோ ?

நற்காரியம் புரிய நிதிகள் கேட்டநீ
நிதியிருந்தும் நன்றில்லா நிலைகண்டு
ஏட்டுச் சீரைத் திருத்த வந்தாயோ ?

ஷெல்லியின் கவிரசித்தாயே - இன்று
சல்லியாய் நகரம் சுருங்க
வல்லிய மனங்களைச் சீராக்க வந்தாயோ ?

அன்பின் தத்துவம்
அவனுரைக்கக் கற்று – அஃது
பணத்தையும் பேதங்களையும்
கடந்ததென்று உணர்த்த வந்தாயோ ?

திருவல்லிக் கேணியை மட்டும்
விட்டு வைத்ததன் காரணம் என்னவோ ?
ஓ ! உனது அறிவாலயம்
பயனற்றுப் போகிறதென வருத்தமோ !

கவலை வேண்டாம்..
நான் இருக்கிறேன்..

ஆனால்,
உன்னில்லம் எனக்கொன்றும்
கோயில் இல்லை..
அங்கு வந்தால், என் நினைவில்
பள்ளித்தலங்கள் வருவதில்லை..
மாறாகத் துள்ளி வருவதோ
பழங்கதையும் மரணப் படுக்கையுமே !

ஆதலினால்,
நான் அங்கு வர
இது நேரமில்லை, பாரதி..
இப்பொழுது எமக்குத் தொழில்
நாட்டிற் குழைத்தலே..

19. புதிய துவக்கம்

புதியதொரு துவக்கம்
துலங்கும் இந்நேரம்;
பரந்த மனத்தொடு
கரமுயர்த்தும் காலம்...

ஈராறு சிறகுவிரித்து
ஐம்பத்திரண்டு வாரம் பதித்து
நாள் கணக்கில் வண்ணம் தரித்து
வண்ணத்துப் பூச்சி பிறந்தது இத்தருணம்.

அலை மோதும் வெற்றியின் கரையில்
அலை அலையாய் முயற்சிக் கலத்தில்
அலை பாயும் மனிதமுகங்கள் — வாகை
கணை ஏற்றும் அறுபருவக் களம்.

20. எனைச் செதுக்கிய பள்ளி

தென்றலாய்த் தோன்றிய தொருபருவம்
அதற்குள் என்னைத் தாண்டிவிட்டதோ !

என்னுள் கிடக்கும் ஆண்மைக்கும்
நற்குடி மகனாய் ஆவதற்கும்
அடித்தளம் அமைத்த பள்ளி.

திறம்படப் பண்பு வார்த்து
திறமையைக் கூர்தீட்டக் கல்வியளித்து
அடைக்கலம் கொடுத்த பள்ளி.

நல்லரு மாந்தனாய் நான் வளார்ந்து
நாளை பெருவெற்றிக ளீட்ட
ஆழமாய் ஆணிவேரான பள்ளி.

காலம் கடந்து விட்டதும்
பருவம் தாண்டி விட்டதும்
நினைவுகள் மனம்விட்டு மறைவதில்லை...

நித்தம் கற்ற கல்வியும்
இரத்தம் கலந்த ஒழுக்கமும்
என்றும் எனை விட்டுக் கரைவதில்லை...

அழியாத அரும் பேறாக
அன்றாடம் உடன் நிற்கும் கல்வி - அதை
ஆனந்தமாய் எனக்களித்து - நல்
அறம் புரிந்த ஆசிரியர்க்கு நன்றி..

21. ஆசிரியர்

விசித்திர விளக்குகளாய்
பரந்த வான்வெளியில்
பளிச்சிடும் விண்மீன்கள்;
அவற்றின் மின்னொளியை
பிரகாசமாக மெருகேற்றும்
காரிருள் வானம்...

சோலைப் பூமாலையில்
நறுமணம் கமழும்
பலவண்ணப் பூக்கள்;
அனைத்தையும் தொடுத்து
ஒருங்கிணைக்கும்
மெலிந்ததொரு சரடு...

சீராக வடிக்கப்பட்ட
கற்பனை பிம்பம்
சிலிர்க்கவைக்கும் சிற்பம்;
வெறும் கல்லை
சிலையாகச் செதுக்கும்
தேர்ந்த கூர்உளி...

சித்திரப் புன்னகையுடன்
சாதனைகள் படைத்தோங்கும்
மாணவ மாமணிகள்;
நாடிவரும் கணைகளைச்
சோதனைகள் கடந்து
மீட்டுவரும் கற்றறிந்த கலம்.

22. கணக்கு

மாணாக்கர் மனத்திலே
குழப்பமூட்டும் கணக்கு ;
நேர்த்தியாகக் கற்போரையும்
கவிழ்த்துவிடும் சிறுதுணுக்கு ;

தேர்வுமுன்பு பீதியூட்டும்
பாடங்களுள் ஒன்று - இது
பரிணாமம் ஆறினொடு
எண்களிணைத்து விளையாடும்
கடிவுருவக் கன்று.

23. ஏப்பம்!

இயன்றவைஉள்ளேற்று
உண்டது போதுமென
வயிறு விடும் முழக்கம்...

இதற்கு மேல் மீறிவிட்டால்
உண்டயாவும் நஞ்சாகுமென
அறிக்கை விடும் சர்க்கம்...

செயல்நிறுத்தி எழச்சொல்லி
வயிறே வளியினைத்
தூதனுப்பும் தர்க்கம்..
ஏப்பம்!

24. எழுத்தாணி

என்னங்களாம் என்சின்னங்கள்
மொழிச்சித்திர வடிவெடுத்து
வெள்ளிப்பரல்களாய் உலவ
சொற்சிலம்பாகிய எழுதுகோல்...
புதுமைகள் நான்படைக்க
உதிரம் நீசொரிந்தாய்,
தலைக்குள் நான்கொண்டதை
தாளில் நீகொணர்ந்தாய்...
வர்ணம் தீட்டி அழகுபடுத்தி
சொர்ணமாய் சொற்கள் மின்ன
கற்பகத்தருவான எழுதுகோல் - அது
அற்பனையும் கவிஞனாக்கும் அற்புதக்கோல்...

25. பாரதி

சமத்துவம் எடுத்துரைத்து - அவன்
சமயமும் உரைக்கும் வெள்ளை முண்டாசு ;
மூடநம்பிக்கை யாவையும் வெகுண்டு
ஓடப் பணிக்கும் மேலணிந்த கருஞ்சட்டை ;
அவனரும் அறிவைப்போல் - அவன்
காட்டிய கருணைபோல் பரந்துள நெற்றி - அதில்
செந்திலகம் பெண்மை போற்றிட
இருபுருவம் பொய்மை எரித்திட
பார்வையால் அறியாமை அகற்றி
வீரமாய் நறுமீசை முறுக்கி - ஆரியரை
விழித்தெழச் செய்த பாரதி..
தட்டி எழுப்பியதோ,
அவன் வரிகள் கொண்ட
சாரத் தீ !!

26. பெண்ணா! நதியா!

நதிகளுக்குப் பெண்களின் பெயரா ?
பெண்டிருக்கு நதிகளின் பெயரா ?

ஊற்றாகப் பிறக்கையிலே
சுற்ற மெங்கும் குளிர்ந்திடுமே !
காற்றுடன் சலசலக்க
கேட்கவா வேண்டும் சுறுசுறுப்பை !

வருகையிலே நெஞ்சில் ஈரம் - உன்
வாசனையில் வீழ்ந்தேன் நானும் - உனை
வடித்ததால் கவியிலும் ஈரம் - நீயே
வாசிக்க நனைந்தேன் நானும்.

நீரிரைத்து உயிர்வளர்த்த
நதிகளை வணங்கும் இனமே
தனைமறந்து குலம்வளர்த்த
நங்கையரை வணங்கும்.

உயிருக்கு ஆதாரம் நீரானால்
அன்பின் ஊற்றே பெண்ணாகிறாள்.
உணர்வின் அருவி பெண்ணானால்
உயிருக்கு ஊட்டம் நீராகுமே.

பிரித்துப் படித்து ஆராய
பெண்மையும் நீரும் வேறல்ல...
மதித்து வணங்கி அரவணைக்க
இரண்டுமே இயற்கையின் வேராகுமே..

27. கடல்

ஒருகரையில் நின்றுகொண்டு, கடலே,
உன் மறுகரையைத் தேடுகிறேன்...
கண்களின் ஒளிநீளும் எல்லைவரை
உன்னில் நீர்மட்டுமே காண்கிறேன்.

ஆறினும் அதிகமாய் நீர்கொண்டும்
நிலையாய் நீகலங்காது நிற்கிறாய்...
அறிவால் நிறைந்தவர் ஆரவாரம் செய்யார்,
உன்வழி அறிகிறேன்.

நீகொண்டுள்ள அமைதியை - என்
மனத்தினுள் அனுமதிக்க, கடலே,
உன்னைப்போல் நானுமென்
பரந்தமனதை அறிவால் நிறைக்கின்றேன் !

28. மழை

மனதுள் புத்துணர்ச்சி ஊட்டும் மண்வாசனை,
இதயத்தை மிளிரச்செய்யும் காற்றின் ஈரப்பதம்...

என்ன இது புது மாயம் என
சிந்தை ஏங்கித் துடிக்க - பாவம்,
மேகங்கள் அழத்துவங்கின.

செவிகளை அதிரவைத்த இடியால்
பயந்துவிட்டன போலும்...
மின்னலின் ஒளிக்கீற்றால் அச்சம்கொண்டு
தானழுது பல உயிர்கட்குத் தீனியிட்டன.

ஆற்றிலே நீரோட்டம் பொங்க
தீர்ந்தது மக்களின் போராட்டம் !
வயலிலே தேரோட்டம் தொடர
விவசாயிகளுக்கோ கொண்டாட்டம் !!

சுதா (எ) வெங்கடசுப்ரமணியன்

29. வானம்

நீல வண்ணம்,
உடலெங்கும் அணிந்த வண்ணம்
உலகெங்கும் பரந்த வண்ணம்
மேகங்கள் தவழ்ந்த வண்ணம்
உள்ளமெல்லாம் நிறைந்த வண்ணம்
புன்னகை புரிந்த வானம்....

30. கார்மேகங்கள்

தீவைத்த பிழம்பவளை
அழுதுகொண்டே திட்டித்தீர்க்கும்
தீயணைப்பு வீரர்கள்...

31. கூட்டுத் தற்கொலை

அருவியில் இருந்து
ஆற்றில் குதிக்கும்
நீர்த் துளிகள்.

32. மாயக் காட்சி

மாஞாயிறு மறையும் வேளை
நீரிலே மிதந்த வெள்ளைத் தகடு
நிலவின் நிழல்.

33. கடிகாரம்

நீ காலத்தை உணர
நான் முப்பொழுதும் ஓடுகிறேன்
உன் மணிக்கட்டில் இருந்து...

34. என்னை அறிவாய்

நூறுகோடி ஜென்மங்கொண்டு
பல்லாயிரத்தார் சிந்தைபூண்ட நான்
மந்திரவாதி அல்ல, வாசகன்!

35. இயற்கையே! இனிமையே!

கண்கள் தேடும் குளிர்ச்சி
மனமது தேடும் உணர்ச்சி
எங்கெங்கோ தேடித்தேடி
இயற்கையே உன்னில் கண்டுகொண்டேன்...

புத்துணர்ச்சி ஊட்டும் பசுமையே - என்
இளமைக்கு இனிமை சேர்ப்பாயே,
வரமாக எந்நாளும் வந்து
வாழ்கையில் வளமை வளர்ப்பாயே !

அருவியில் விழும் நீரின் வேகம் - அதைக்
கண்டவுடன் கரையும் மனதின் சோகம்...
காற்றில் மிதக்கும் குயிலின் கீதம்
கேட்டவுடன் அடங்கும் செவிகளின் தாகம்...

மணம்வீசும் மலர்கள் நடுவே
பலவண்ணப் பட்டாம்பூச்சிகள் !
ஆஹாஹா இயற்க்கையே,
என்னே உன் கற்பனைச் சாரல் !

நடுநிசி வான்வெளியில்
பளிச்சிடும் விண்மீன்கள் - அவை
நடுவே உலவும் வெண்ணிலவே - உனைக்
கண்டவுடன் மனதில் உற்சாகத் தூறல் !

36. நெருப்பு

என்னாளும் மனிதாலயத்தைக்
சுத்திக்களிக்கும் சூரியாதிகாரி ;
இருளறுக்கும் ஒளிவள்ளல் ;
சுத்திகரிக்கும் சர்வாதிகாரி.

இரகுவரனின் சீதைக்காக
இலங்காபுரியையும்
கோவலனின் கண்ணகிக்காக
மதுராபுரியையும்
தனக்கிரையாக்கிய செங்கோலதிகாரி.

இறைவணங்கும் விளக்கேறி
காண்டிபத்தின் கணைகளில் படறி
சுப்பிரமணியின் சொல்லிருந்து எகிறி
நம் உதிரத்தின் சாரமான உத்தராதிகாரி.
நெருப்பு!

37. இயற்கை நாடகம்

விண்ணுலகாளும் ஆதவன் பாண்டியனோ ! - ஆங்கே
நாளும் பொங்கும் மேகங்கள் கண்ணகியோ !

பொற்பிழம்பவன் கண்டுகளிக்க
காற்சிலம்பை உடைத்தெறிகிறாள்
கார்மேகக் கண்ணகியவள்.

வெண்பரல்களாய், முத்துக்களாய்
யாங்கனும் சிதறித்தெறிக்கும் மழைத்துளி
பூமியில் பட்டவுடன்,

பயிரிட்ட விளைநிலங்களில்
நெற்பரல்கள் முளைத்தன.

மொட்டுக்கள் விரிந்து
செடிகளில் மலர்ப்பரல்கள் மணம்வீசின.

நேர்த்தியாக வீழும் அருவிகளில்
கண்ணாடிப் பரல்களாக மின்னின.

புத்துணர்ச்சியுடன் ஓடியாடும் நதிகளில்
கூழாங்கற்பரல்களோடு உலவியது.

சுட்டுப் பொசுக்கும் பாலைவனத்தில்
நெருப்புப் பரல்களாக உருமாறியது.

அடர்ந்து படர்ந்த காட்டின் தாவரங்களுக்கு
உயிர் பரல்களாக மாறிப்போனது.

நெட்டுக்குத்தாக நீளும் மலைகளில்
பனிப்பரல்கள் உமிழ்ந்தன.

இயற்கை நிகழ்த்தும் நாடகத்தால்,
கண்ணற்றக் கலைஞனும் வண்ணப்படம் தீட்டக்கண்டு
எண்ணற்ற பொன்னும் பொருளும் பெற்றார்போல்
கற்பனை வளமாய் விளைகிறதே...

38. எழில்மிகு இயற்கை

மனதின் இச்சைக்கு ஈடேது என்றேன்
பச்சை புல்வெளி என்கண்ணில் பட்டது.

அகம்பாவம் கொண்ட எண்ணங்களும்
அடங்கிப் போயின மலையைக் கண்டு.

வெகுளித் தனமான குணங்களும்
வெளுத்துப் போயின வயலைக் கண்டு.

சோம்பல் முற்றிக் கிடந்த நானும்
புத்துணர்ச்சி பெற்றேன் பசுமையைக் கண்டு.

ஆசைகள் அனைத்தும் அகன்று
ஆனந்த அமைதி ஆட்கொள்ள
எழில் கொஞ்சும் இயற்கை கண்டு
மனதில் வளர்ந்த இனிமை உணர்ந்தேன்!
என்னுள் மலர்ந்த வளமை உணர்ந்தேன்!
இயற்கை - அது எக்காலமும்
இளமை என்று அறிந்தேன்!

39. ஊசலாடும் உலகவாழ்வு

இருபொருளில் விளங்கும் மெய்,
இருவினைப் பலனடையும் சேய்...

திடமான உயிர் ஒரு பொருளாக
திடலாகும் உடல் மற்றாகும்.

பூமிப் பெருங்கடலில் உடல்
திரையாடும் வரையே உலகவாழ்வு.

திரையது நித்திரைக்குக்
கரைசேரும் வரைதான்
எத்தனை சந்தர்ப்பங்கள்,
சுகங்கள், சங்கடங்கள்.!!

மற்றாங்கே திடமான உயிரோ,
கடமைகள் வரைந்து
உடைமைக்கும் சாயம் தீட்டி
உயர்ந்தாங்கோர் மெய்யடியில்
உச்ச பூரணம் அடைகிறது !
ஆனந்த அமைதியில் ஆழ்கிறது !!

வாழ்த்துரை:விதை விழுதாகும் வரை

அன்பிற்குரிய வி.வெங்கடசுப்பிரமணியன்,

உங்கள் கவிதை நூல் படித்தேன். கவித்துவமும், கருத்துப் பொழிவும் நிறைந்த வரிகள் என்னை ஒரே மூச்சில் வாசிக்க வைத்தது. இது எழுத்தின் வெற்றி.

ஆரம்ப வலைத் தள வரிகளே மேன்மையான ரசிப்பிற்கு சாட்சியமாக உள்ளது. நல்ல எழுத்துக்களை நேசிப்பவரே நல்ல படைப்பாளியாக இருக்க இயலும்.

அம்மாவுக்கு அர்ப்பணம் என்னை நெகிழ வைத்தது. எங்கள் தோழர், சங்கத் தலைவர் **சுதா** அல்லவா. "**புத்தகங்கள் தாய் வழியில் சொந்தம்**"... அருமை. இதை விட ஓர் அம்மா-வுக்கு சிறந்த அங்கீகாரம் வேறு எது இருக்க முடியும்! ஆகச் சிறந்த திசைகள் காட்டும் தந்தையையும் அறிமுகம் செய்துள்ள அன்பு நெகிழ வைக்கிறது.

அணிந்துரை 2 ஐ பெயர் பார்க்காமல் வாசிக்க துவங்கியவு-டன் நெருக்கமான உரையாடலை மனது உணரத் துவங்கி-யது. முடியும் போது கிடைத்த விடை மகிழ்ச்சியை தந்தது. கவிஞர் உமா மகேஸ்வரியின் அணிந்துரை பொருத்தமானது.

41 கவிதைகளும் வெவ்வேறு தளங்களுக்கு அழைத்து செல்-
கிறது. ஓர் பயண உரையாடலை வாசகனோடு நடத்துகிறது.
"நன்றி" யில் சொல்லியிருப்பது போல "மொழி நமது தனிப்-
பட்ட வாழ்க்கையின் அங்கம் மட்டுமல்ல, சமூக முன்னேற்-
றத்திற்கான கூக்குரல்"... அருமையான புரிதல். அது கவி-
தையிலும் வெளிப்பட்டுள்ளது.

சுற்றுச் சூழல் விழிப்பை
"வாழும் இடம் வாடிப்போனால்
கூடும் வாழ்வும் வெற்றிடமாகும்
வருங்கால மாந்தர்க்கு விட்டுப் போக
கற்பனையில் மட்டுமே வசந்தம் தங்கும்"
என்று எச்சரித்து சொல்வது மனதை நிச்சயம் தைக்கும்.

நன்கறிந்த யானை, பூனை உவமைகளுக்கு இணையாக
"கொதி மணலோ அனல் மழையோ
சுட்டெரிக்கும் ஞாளதிர்த்து
ஓட்டகமோ அரு நடையிடுமாம்"
என்கிற உங்கள் உவமை நன்று. நம்பிக்கை ஊட்டும் வரி-
கள்.

"வேரின் கண் சாறில்லை
சரிவிலே முடிவில்லை
நெஞ்சிலே திடமிருந்தால்- உன்
சரிதையில் தாழ்வில்லை"
என்னை மிகவும் ஈர்த்த வரிகள். நம்பிக்கை ஊற்றுக்கு வழி
வகுக்கிற வார்த்தைகள்.

சமூக அக்கறை, விழிப்பு, தெளிவை உணர்த்தும் கவிதைகள்
இந்த நூலின் சிறப்பு. இளைய சமூகம் மீது அளவற்ற எதிர்-
பார்ப்பை வைத்துள்ளவர்களுக்கு ஆறுதல் இதோ,
"பின்னணியில் சாதி பெயரும்
தெரு முனையில் கௌரவக் கொலையும்
அரசியலுக்கு தகுதிகளானால்
அறமெங்கு காணக் கூடும் பாரதத் திருநாட்டிலே!!"

மனிதம் பிரவகிக்கும் வரிகள் இவை.
"ஆண் மகன் ஒருவன் காதல் படைக்க
ஏற்றுக் கொண்டால் அண்ணன் வெட்டுவான்
ஏற்காவிட்டால் அவனே வெட்டுவான்- என்றஞ்சும்
மகளிருக்கு சுதந்திரம் எங்கே?"

இந்த வரிகள் ஒரு சேர வன்கொடுமை, வன் துரத்தல்
இரண்டையும் சாடுகின்றன.
"இறைவன் ஈன்ற குழுவியுள் ஒருவரை
மதியாது இகழ்ந்தால் திருவுமைத் தீண்டுமா"
என மாறிய பாலினத்தின் (Trans gender) உரிமைக்கான
குரல் விரிந்த பார்வைக்கு எடுத்துக்காட்டு.

பாலின நீதி, சமூக நீதி... இரண்டின் மேலும் உங்களின்
அக்கறை பாராட்டுதலுக்கு உரியது.
"உள்ளதை உள்ளவர்க்கே
பகிர்ந்தளிக்க தவறினோம்;
உலகமயம் ஆக்கிவிட்டு

ஓடி ஒளிந்து பதுங்கினோம்"
இது பொருளாதாரத்தின் "பகிர்மான நீதியை"
(Distributive justice) பேசுகிறது.

"கடற் கண்ணகி" கவிதை அநீதிகளுக்கு எதிரான குறியீடாக
அலைகளின் ஆர்ப்பரிப்பை சுட்டுகிறது. "இவளது கோவ-
லனை மறந்தும் அபகரிக்க எண்ணாதிர்கள்" சுடு வரம்பிற்-
குள் (Firing range) அநீதியை நிறுத்துகிற எச்சரிக்கை
வரிகள்.

கடல் உங்களை ரொம்பவே அலைக்கழித்து உள்ளது.
"நடுக் கடலில் நிலையாக நிற்கும் நீரே,
கரையில் மட்டும்நீ கொந்தளிப்ப தேனோ?!
மண்ணின் மீதுள்ள தாபத்தினாலா?
மனிதரின் மீதுள்ள கோபத்தினாலா??"
இயற்கையை சமூக சிந்தனையோடு இணைக்கிற பாங்கு
சிறப்பானது.

கவிதை மனசின் ஓவியம். வண்ணம், வனப்பு, எண்ணம்
எல்லாமே அழகாக உள்ளது.
இன்னும் நிறைய எழுத வாழ்த்துக்கள்.

அன்புடன்,
க.சுவாமிநாதன்
துணைத் தலைவர்,
தென்மண்டல இன்சூரன்ஸ் ஊழியர் கூட்டமைப்பு,
சென்னை.

9 798888 629749